To
Cameron

Enjoy!

Ruth James

Thank you so much

Kurt Elbert

Paseka

A Little Elephant, Brave

By Ruth James • *Illustrations By* Kent Laforme

By Charlie James
9 yrs.

This book is dedicated to Charlie, Jorja, Aya, Koen
and all the children of East Africa.

Paseka

A Little Elephant, Brave

By Ruth James • *Illustrations By* Kent Laforme

Who can save a little elephant, brave?
Oh no! Fierce hyenas bite.
A heart-thumping, terrible fright!

Little Paseka (Pa see kah) was running as fast as she could. Blood trickled from the bite wounds on her legs. The scent of blood was intoxicating to the hungry spotted hyena clan. Saliva dripped from the hyenas' bone-crunching jaws and their wicked laughter filled her ears. Paseka ran even faster.

"Mama Paseka, where are you? How did I lose you?" she wailed.

Swinging her trunk from side to side, the wounded calf charged through the savanna. Peering ahead, she saw tall poles standing on end holding poles that were lying down.

It was a tree bridge! Paseka began to wail again and give tiny trumpet calls. She could just make out a big grey shape purring its way slowly over the slippery logs.

Could it be her mama?

But once over the bridge, the shape turned away
to follow the river. In vain, Paseka stared after it,
hoping to catch sight of a wispy elephant tail.

"Stop! Stop!" she cried.
"Can't you see me, Mama? I'm here!"

The spotted hyena clan heard
the rumble of the safari jeep too.
They had watched, with their sharp
eyes, as the vehicle churned its
way slowly over the logs.

The adult hyenas squatted on their haunches and called to their cubs.
"Enemy human beings with their killing guns!" The hungry cubs,
yip-yip-yipping with disappointment, slunk reluctantly into the swaying grass.

Paseka chased after her mother but Mama
Paseka was always too far ahead, moving
faster and faster on the packed dirt road.

"Wait up,
wait up!"
Paseka trumpeted.

Only . . . it wasn't her mother! The grey shape had
fooled her. But it had also scared the hyenas away.

Injured and terrified, Paseka plunged on.

The little elephant followed the jeep into the safari camp. Panicking at the strange smell of humans, she veered blindly into an old storage shed. Trunk swinging, ears spread wide, Paseka bounced against the flimsy walls.

"Where are you, Mama?" she trumpeted.

Pressure built and, like a huge balloon popping, the shed burst apart. Shattered boards flew in all directions. Sunlight flooded in. Paseka emerged, waving her trunk as if she was whirling a hula-hoop.

A loud blur of sounds—human voices—made
Paseka look all around. Human hands reached for
her and then came a *piercing* sting.

The needle tranquilized Paseka with powerful medicine to put her to sleep. With a soft moan, the baby elephant slipped to the ground. More hands, grasping sturdy sisal ropes, tied her up and swung her into the back of a pickup truck.

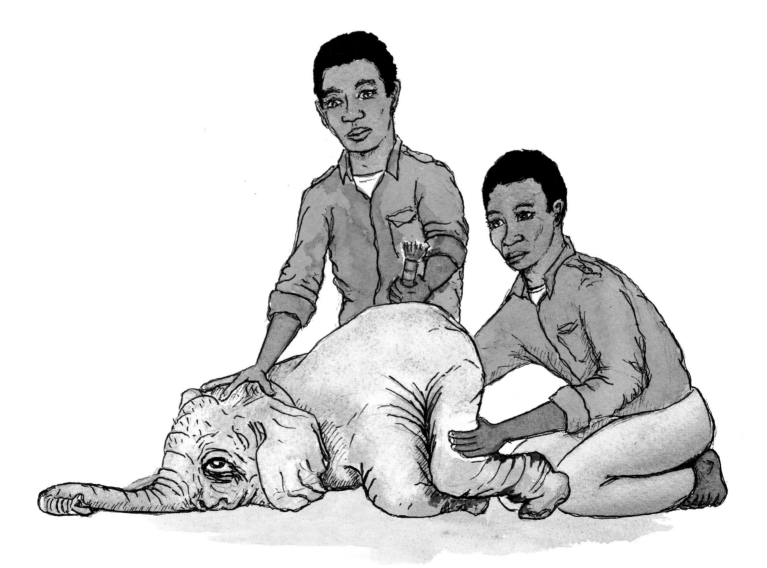

Four men squeezed into the cab while two others clambered into the back to transport Paseka to an elephant rehabilitation camp.

Bumping and bouncing over potholes, the little elephant slept on. The men dabbed at her thick skin with disinfectant but they were worried. How long had it been since she had suckled? Paseka needed over eleven litres of milk each day.

The truck pulled in just as Paseka began to raise her head. Once again, humans prodded her and pulled her with their punishing ropes. She flopped and stagger-stumbled off the back of the truck, sinking to her knees on the ground. Her heart was beating-beating and she shook her head from side to side, ears flapping. How could she escape?

Then Paseka saw her. A MAMA! She stood to the side of a whole herd of elephants. There were brothers, sisters, aunts, uncles, cousins and they all looked just like her, Paseka.

The ropes fell away. She rushed towards the mama's beautiful grey form. She had almost reached her when trumpeting blasted in her ears.

"NOOOooo!" roared the matriarch, boss of the entire herd. She stomped towards the little elephant, her massive head raised high, her trunk curled back and waving angrily. Paseka could hear rumble-rumble sounds coming from deep in the matriarch's throat.

Paseka stood
rooted to the ground.

On came the matriarch, making the earth quake as she pounded towards her.

Suddenly all the elephants were coming. So many . . . The entire herd was moving. The ground shuddered. Would they attack her like the hyenas?

No! The elephants deliberately slowed and plodded into a big circle around Paseka. Every head was turned to face her. Trunks reached out. Paseka was like the very centre of a daisy flower. She felt tentative, searching pats. Twenty-seven roaming trunks gently explored her finely fuzzed body.

Standing quietly, Paseka sucked her own trunk, gaining comfort and helping herself to be brave.

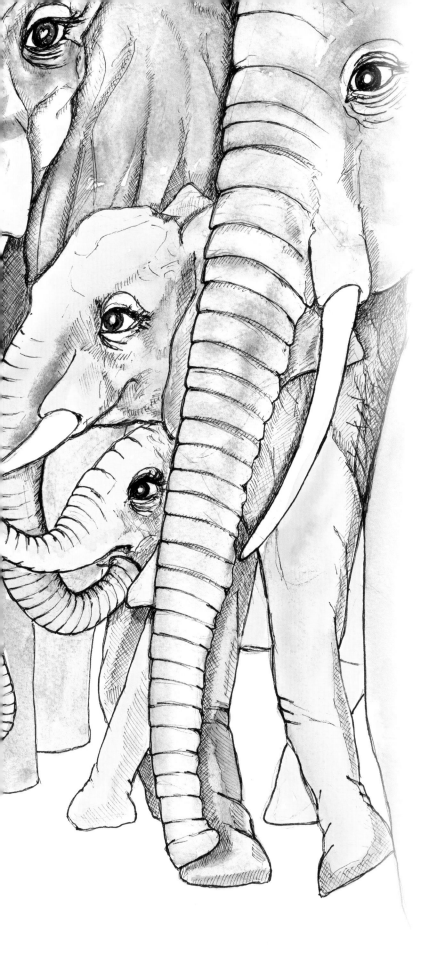

Soft murmuring sounds grew.
Trunks snaked around Paseka's
body in warm spirals, seeking to know
her. Some tenderly explored the wrinkly
skin around her eyes and pushed at her
floppy ears. Even young calves crept
close, carefully poking a trunk tip in her
direction. A decision was being made
and each member of the herd had a vote.

Oh please! thought Paseka.

She had forgotten when she had last
had her mama's warm, nourishing milk.
She was so hungry–hungry-thirsty!

A baby elephant's heart can ache with
hoping. Using her ears as sound funnels,
Paseka listened.

The murmur grew into the matriarch's deep rumble.
"You have permission to join our herd, small one!"

The wise old female's immense ears could pick up
sounds from far away. She had heard Paseka's cries
for her mama and knew all about what had happened.
"You will have an older sister as well as a new mother."
The old matriarch's trunk gently rubbed Paseka's
fuzzy back.

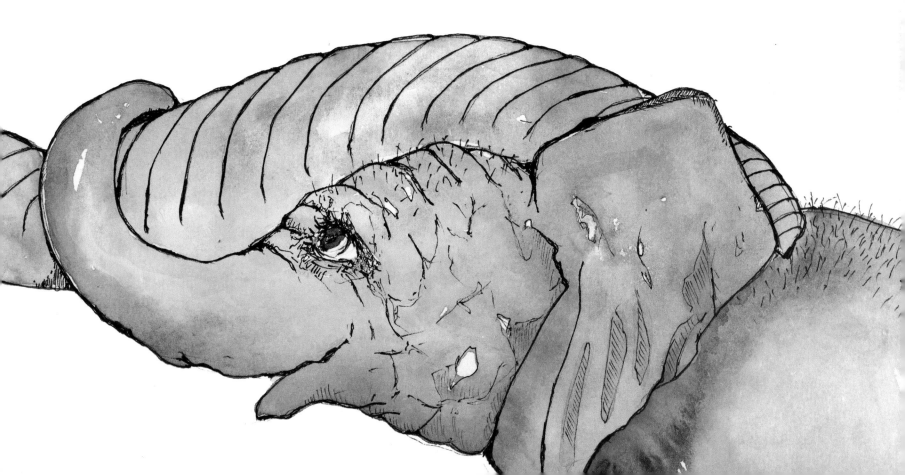

"It is time to join our herd at the waterhole, Paseka," she continued. "We are going to cool off with a shower and a mud bath." Shoving the calf gently ahead, she rumbled on. "You will like it, living together with us. Now you belong, safe in our family herd, for 10, 20, 30, 40, 50 . . . maybe 60 years, Paseka. Ages and ages! Laughing spotted hyenas will never attack you again, little elephant!" the old matriarch said.

Paseka wobbled unsteadily over to her new mother and sister. They lifted Paseka until she latched on to nurse. The warm milk trickled down her throat. Her empty belly was filling.

"Eureka, Paseka," the other calves crooned softly. Joy rippled through the herd.

I do belong! Paseka thought.

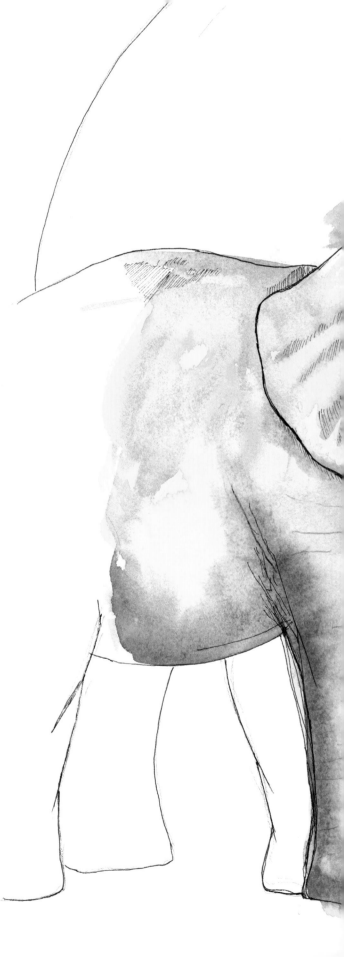

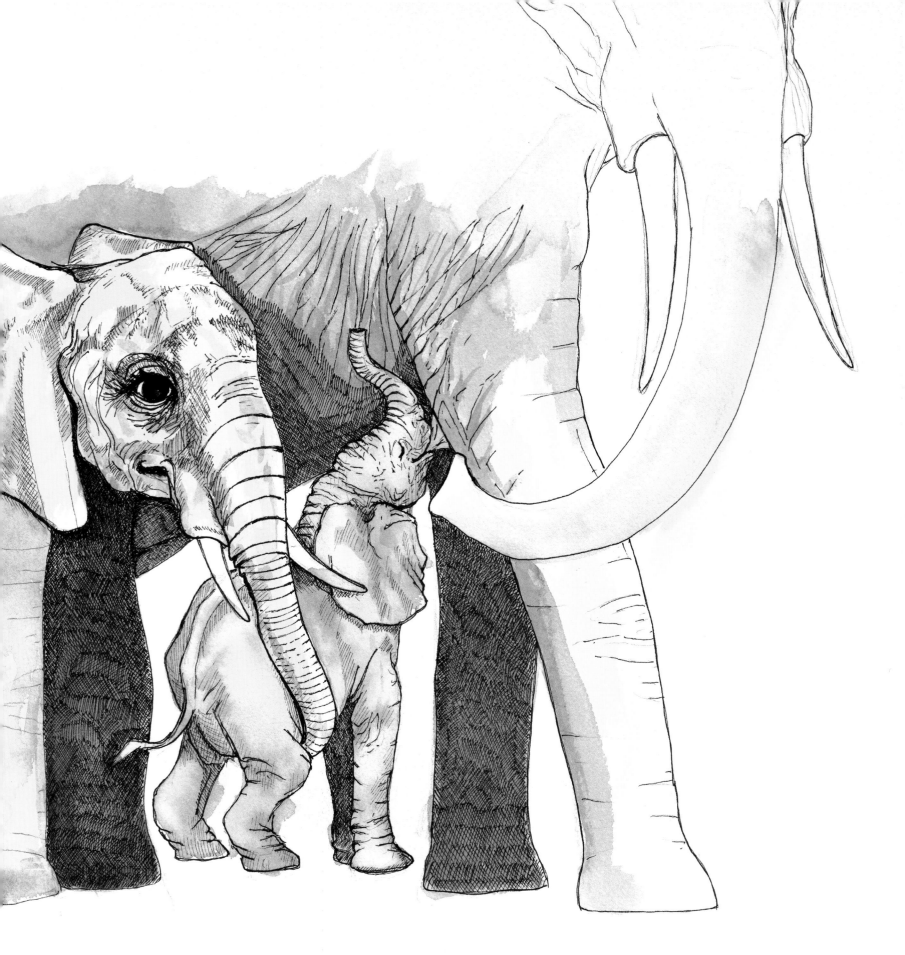

Mingling with all those rumpled grey knee sock legs, Paseka found her place. Wedged happily between her new sister and her new mother, she held her trunk up like a snorkel to learn the way.

The smart old matriarch used 'elephant whispering' to communicate. It was magic, a secret language only for elephants. Ears alert, the herd collectively turned in the direction of an ancient baobab tree.

Paseka tried to hurry but instead the herd slowed down. All around the base of the baobab tree, Paseka saw the bones of poached elephants. Almost tiptoeing, the other members of the herd solemnly passed their trunks over the beloved bones.

THRUMMM, THRUMMM, THRUMMM.

Paseka froze. The heart song! It was her
mother's heart song! She had heard it every
day before she came into the great wide world.
The soft, steady rhythm swirled in her ears.
Her little trunk wobbled in the air.

Be strong, my Paseka!
Be steady, have courage.
Play every day!

Paseka was flooded with love. She walked
in a cloud of it. Carefully, politely, Paseka
caressed the bones too, using her tiny trunk
like a kiss-tip. How close her mother seemed,
just one song away from the living herd.

"I will be okay, Mama,"
Paseka whispered.

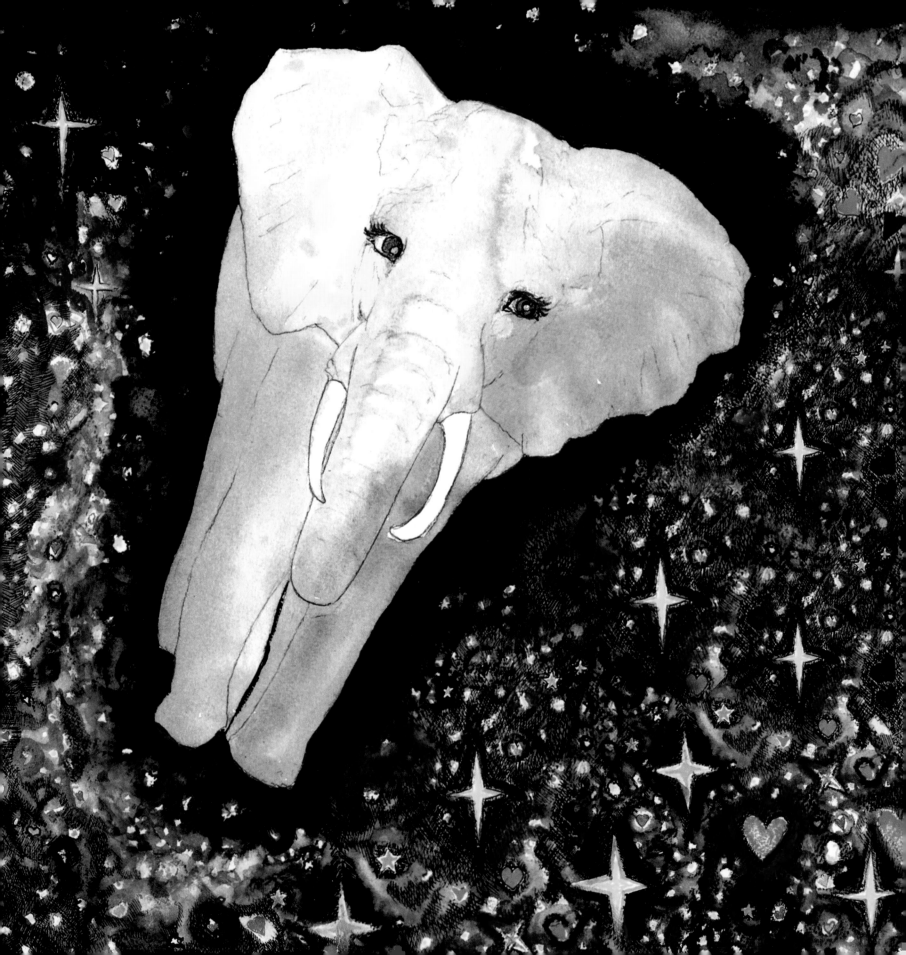

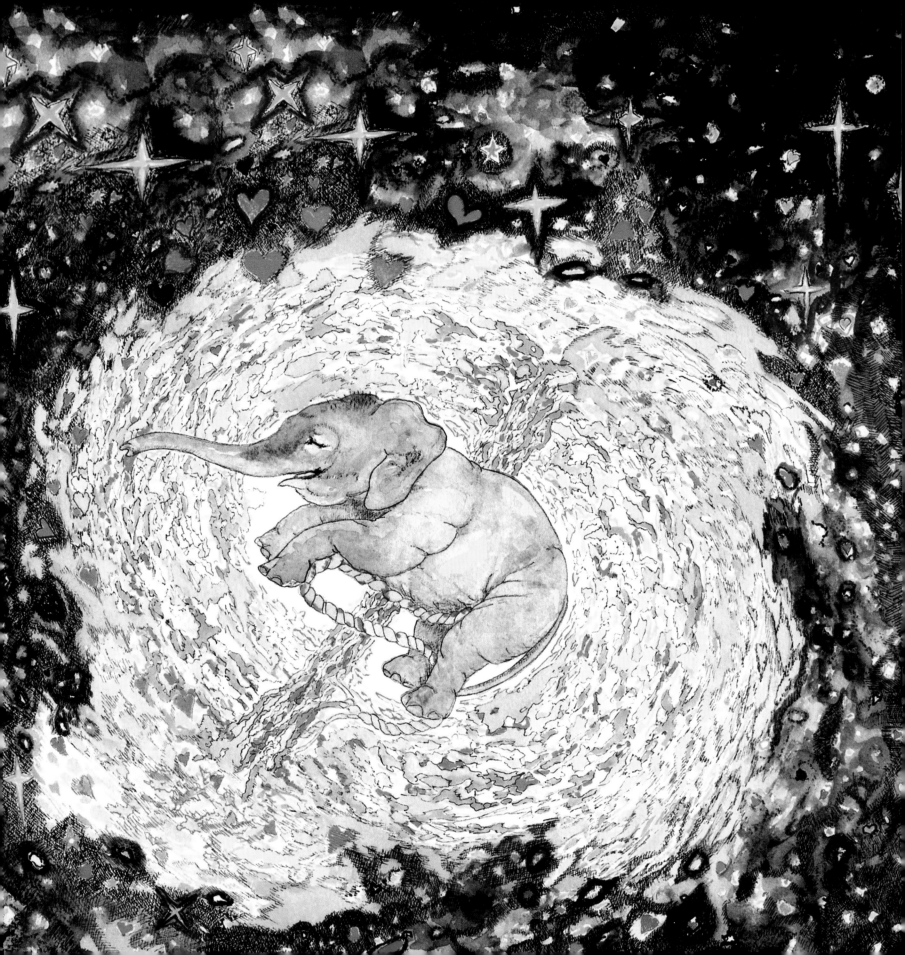

It was as if the whole herd was listening. Shuffling softly, colossal feet came closer and closer, trunks lifted. A wind-sigh drifted near. Huge ears became motionless. Everyone heard.

A little elephant, brave,
is saved.

PASEKA: A Little Elephant, Brave
Tempo mdogo, Jasiri

The Kiswahili translation of *Paseka: A Little Elephant, Brave* was
a collaboration between Anne Mawathe of Kenya and Lily Mbawala of Tanzania.

Nani atamwokoa
Tembo mdogo jasiri?
Hapana! Fisi wakali sana wanang'ata
Moyo unamdunda, hofu imemjaa!

Paseka mdogo alikuwa anakimbia haraka kadri
awezavyo. Damu ikawa inatiririka kutoka kwenye
majeraha aliyoyapata baada ya kuvamiwa na
fisi. Ile harufu ya damu iliwavutia fisi wenye
njaa walionekana kudondokwa na mate.
Mate yakawadondoka fisi huku kicheko chao
kikimtia hofu zaidi Paseka. Paseka aliongeza
kasi kwa mbio zake. "Mama Paseka, uko
wapi? Umenipotea vipi?" Alilia kwa sauti.

Huku akipeperusha mkonga wake upande hadi
upande, ndama huyo aliyejeruhiwa alikimbilia
kwenye msitu wa Savanna. Alipotazama mbele,
aliona vigingi, vingine vimesimama na vingine
vimelala. Lilikuwa daraja la mti! Paseka alianza
kulia tena kwa sauti kubwa, akitoa mwito wa
tarumbeta ndogo. Akiwa pale, akaona dude kubwa
lenye rangi ya kijivu likipita pole pole kwenye lile
daraja ambalo lilikuwa linateleza.
Je, huenda akawa ni mama yake?

Baada ya kuvuka kwenye daraja, dude hilo
likafuata mkondo wa mto. Kwa kukata tamaa,
Paseka alilitazama kwa makini akitarajia kuona
mkia wa ndovu. "Simama . . . simama . . ." Paseka
aliita. Kwani haunioni, mama? Niko hapa. Fisi
wenye madoadoa walikuwa wamesikia mlio
wa gari ya utalii aina ya Jeep. Walitazama kwa
macho yao makali, huku gari hilo likivuka daraja
la miti. Fisi walichuchumaa huku wakiwaita
watoto wao. "Watu wabaya na bunduki zao
wanakuja" Watoto wa fisi walihatarishwa na
hilo, wakurudi kujificha kwenye nyasi.

Paseka aliendelea kukimbia akimfuata mama
yake, lakini mama yake alikuwa anakwenda
kwa kasi sana kwenye barabara iliyojaa uchafu.
"Subiri, subiri!" Paseka alipiga tarumbeta
akiita. , Kumbe . . . hakuwa mama yake! Dude
la kijivu lilikuwa limemchanganya lakini pia,
liliwatorosha fisi. Huku akiwa na majeraha na
kujawa na hofu, Paseka aliendelea na safari yake.

Huku akirusha kichwa chake upande huu
na upande mwingine, alifuata lile gari aina
ya Jeep hadi kwenye kambi ya kitalii. Paseka

aliogopeshwa na harufu ngeni ya watu pamoja na hema zao. Aliingia bila kutizama kwenye chumba cha kuhifadhi vitu. Miale ya mwangaza ilipenyeza kwenye giza lililotanda kwenye chumba chenye mbao zilizochakaa. Huku akichezesha mkonga wake na kuyatega masikio, Paseka aligonga ukuta. Alikuwa anatetemeka huku damu ikimtoka kutokana na majeraha yaliyosababishwa na fisi. "Upo wapi mama?" Aliita. Jengo lilitikisika.

Shinikizo zikapanda, na kama puto kubwa, jengo likavunjika vunjika. Mbao zilitapakaa kila upande. Mwanga wa jua ukajaa ndani. Paseka akatoka huku akiwa anapunga mkonga wake kana kwamba anacheza mchezo. Kukawa na sauti nyingi za watu zilizomfanya Paseka kuangalia kila upande. Watu walinyoosha mikono kumwita kisha akasikia kitu kimemdunga. Kwa sauti ndogo ya uchungu, mwanatembo alianguka chini. Sindano iliyokuwa na dawa ya kulala ilimlaza Paseka kwa utulivu. Kwa utulivu, mtoto wa tembo alishuka chini.

Watu waliokuwa na kamba za makonge, walimfunga na kumweka nyuma ya gari aina ya pickup. Wanaume wanne waliingia kwenye gari na wengine wawili wakaingia nyuma alikokuwa

Paseka na kumpeleka kwenye kambi ya kuhifadhia tembo. Kwenye barabara iliyojaa mashimo, gari lilirukaruka, lakini mtoto wa tembo alizidi kulala usingizi. Watu waliokuwa wakimsafirisha walimpaka dawa ya kuzuia maambukizi kwenye ngozi yake lakini walikuwa na wasiwasi. Ni muda gani ulikuwa umepita tangu anyonye? Paseka alihitaji zaidi ya lita kumi na moja za maziwa kila siku.

Gari lao lilisimama wakati Paseka akiamka na kuinua kichwa chake. Kwa mara nyingine tena, walimkaza na kumvuta kwa kamba zao. Alipepesuka huku akishuka kwenye gari hilo na kupiga magoti ardhini. Moyo wake ulikuwa unadunda-dunda na alitikisa kichwa chake upande hadi upande, huku akiyachezesha masikio yake. Angewezaje kujinasua?

Kisha, Paseka akamuona . . . MAMA yake! Alikuwa amesimama kando ya kundi lingine la tembo. Kulikuwa na kaka, dada, shangazi, wajomba, binamu na wote walifanana kama Paseka. Kamba zilifunguka. Akatembea kwa kasi kwenda kwa mama yake mwenye rangi ya kijivu. Alikuwa karibu kumfikia aliposikia sauti kama ya tarumbeta ikilia.

"Hapanaaa!" Mama ambaye ni kiongozi wa kundi la tembo alipaza sauti. Alitembea kwa hasira kukutana na Paseka, aliinua kichwa chake kikubwa, huku akiwa amekunja na kuchezesha chezesha mkonga wake kwa hasira. Paseka alisikia sauti nzito kutoka kwenye koo la mama kiongozi wa kundi hilo la tembo.

Paseka alisimama imara. Mama kiongozi alienda upande wake na kila alipokanyaga ardhi ilitikisika. Ghafla tembo wote walikuwa wanakuja. Wengi . . . Kundi lote lilikuwa linamjia. Ardhi ikatetemeka. Je, wangemvamia kama fisi walivyomvamia? Hapana! Tembo hao walipunguza kasi yao kisha wakamzunguka Paseka. Wote wakamtazama. Mikonga yao ikamwelekea. Paseka akawa katikati kama ua. Akawa makini, akitafuta vishindo. Mikonga 27 ikiwa inamzunguka na kutazama ngozi yake nyororo . . . Akiwa amesimama kwa utulivu, alianza kulamba mkonga wake, akapata faraja na ujasiri.

Sauti za minong'ono ziliendelea kusikika. Mikonga ikamzunguka Paseka, kwa lengo la kutaka kumfahamu. Mikonga ya tembo wengine ikimgusa kwenye macho na mingine ikiyagusa masikio yake makubwa yaliyokuwa yamelala. Hata wanatembo walimsogelea karibu, huku wakielekeza mikonga yao kwake. Uamuzi ulikuwa unafanywa na kila

tembo kwenye kundi hilo alikuwa na kura. Ah, tafadhali! Paseka aliwaza. Alikuwa amesahau ni lini mwisho alikunywa maziwa mazuri yenye ladha ya mama yake. Alikuwa mwenye njaa na mwenye kiu! Moyo wa mwanatembo unaweza kuhisi maumivu huku ukiwa na matarajio. Akitumia masikio yake kama bomba la kusikiliza, Paseka akawa makini.

Minong'ono iliendelea kuongezeka na kila tembo akawa anatoa sauti nzito kwenye koo kama mama kiongozi wa kundi hilo. "Unaruhusiwa kujiunga na kundi letu, Paseka! Masikio mapana na makubwa ya tembo mzee wa kike yalikuwa na uwezo wa kusikia sauti kutoka mbali. Alikuwa amesikia kilio cha Paseka kwa mama yake na alifahamu kilichokuwa kimetendeka. "Utakuwa na dada mkubwa na pia mama mpya." Mkonga wa tembo huyu mzee ulikuwa unapapasa pole pole mgonga wake wenye manyoya.

"Sasa ni wakati wa kujiunga na kundi letu mahali tunapokunywa maji, Paseka," Aliendelea. Tutakwenda kukupunguza joto kwa kukuogesha maji na matope. Alimuashiria Paseka kutangulia, Kisha akasema kwa sauti nzito. "Utapenda, kuishi nasi. Sasa wewe ni mmoja wa familia kwenye kundi hili, kwa miaka 10, 20, 30,40, 50

. . . ama labda miaka 60, Paseka. Miaka na miaka! Fisi wanaopenda kucheka hawatawahi kukuvamia tena Paseka!" Tembo mzee aliyekuwa anaongoza kundi hilo alisema.

Paseka alipepesuka na kuelekea kwa mama yake mpya na dada. Walimuinua Paseka hadi akawa na uwezo wa kunyonya. Maziwa mazuri yalipita na kulipooza koo lake. Tumbo lake tupu, lilikuwa linajaa. "Eureka, Paseka," kundi la wanatembo wengine waliimba nyimbo za kumfariji, kwa utulivu. Furaha ikatanda miongoni mwa kundi la tembo wote. "Eureka, Paseka, Nimepata familia! Paseka aliwaza.

Walielekea kwenye maji taratibu, akichangamana na tembo wenye magoti ya rangi ya kijivu, Paseka alipata sehemu yake. Akajitosa Katikati ya dada yake mpya na mama yake mpya, akainua juu mkonga wake na kujifunza njia mapya. Tembo mkongwe aliyekuwa anaongoza kundi hilo, alifanya mawasiliano kwa kunong'ona. Ilikuwa lugha ya maajabu na ya siri kwa tembo pekee. Kwa usikivu, kundi la tembo liligeuka na kuelekea kwenye mti wa mbuyu. Paseka alijaribu kuharakisha, lakini kundi la tembo likapunguza kasi. Chini ya mti wa mbuyu, Paseka aliona mifupa ya tembo waliouawa na wawindaji haramu. Tembo wengine kwenye kundi walitembea taratibu, wakisononeka, walikanyaga mifupa ya tembo hao.

THRUMMM, THRUMMM, THRUMMM

Paseka alisimama. Akasikia wimbo. Ulikuwa wimbo wa roho alio uimba mama yake. Alikuwa anausikia kila siku hata kabla hajazaliwa. Mdundo laini, kwa kasi ulipenya masikioni mwake. Mkonga wake mdogo aliuchezesha chezesha angani. "Jipe nguvu, Paseka wangu! kuwa makini, uwe na ujasiri. Cheza kila siku!" Paseka alijawa na upendo. Alitembea akihisi wingu la upendo limemzingira. Taratibu na kwa uangalifu naye pia aliipapasa ile mifupa, akitumia mkonga wake mdogo. Jinsi gani alikuwa karibu na mama yake, wimbo mmoja tu ulimkumbusha katika lile kundi.

"Nitakuwa sawa mama," Paseka alinong'oneza. Ni kana kwamba, kundi lote la tembo lilikuwa linasikia. Tembo, wakitembea kwa michakacho, miguu yao mikubwa na mizito ilisogelea karibu, huku wameinua mikonga. Upepo ukavuma karibu yao. Masikio mapana na makubwa yakadumaa. Kila tembo akasikia.

"Tembo mdogo, jasiri ameokolewa." •

A Note from the Author

Imagine, for a moment, a school with 600 children and hardly a book in sight! That's what my friend, Canadian schoolteacher Anne Pearson, was shocked to discover in 1990 during a visit to an inner-city school in Nairobi, Kenya. Anne was there curious to know more about the local education environment. That day, she made a life-changing decision. In 1991, Anne founded the African Children's Book Box Society, with the goal of getting books with stories written by African authors into village schools in Kenya. Books written in both English and Kiswahili travelled in sturdy aluminum boxes from one classroom to another. The African Children's Book Box Society now works mainly in Tanzania and its mission is to support a diversity of educational and health initiatives by providing culturally relevant books, furthering innovative educational practices and improving health care within vulnerable communities.

For many years, I have been a director and volunteer for the African Children's Book Box Society. It was during one of my visits to Africa that I met Paseka, the little orphan elephant. Her story of resilience in the face of adversity loosely inspired *Paseka: A Little Elephant, Brave*. In lots of ways, Paseka is a metaphor for all the young human orphans needing love and support from their communities too. Africa has some of the most incredible wildlife in the world. The truth is, however, only a few children ever have an opportunity to visit a game reserve in a national park. And if a herd of elephant tramples a village maize field, destroying the important food crop, the enormous *tembos* become feared enemies. In my 12 years in Tanzanian classrooms, I have only met two children who have seen a live elephant. The story of Paseka's perilous journey helps young people everywhere explore and question the impact humans have on the world. It is my hope that children from many countries will read her tale of survival and come—not only to empathize but to fall in love—with Paseka, little elephant, brave . . . and her remarkable species!

My portion of the proceeds from the sale of this book will be donated to the ongoing work of the African Children's Book Box Society. For information, visit www. africanbookbox.org.

Ruth James, 2018
Saanich, British Columbia, Canada

"It is my wish that the voice of the storyteller will never die in Africa, that all the children in the world may experience the wonder of books, and that they will never lose the capacity to enlarge their earthly dwelling place with the magic of stories."

—*Nelson Mandela*

The Real Paseka

This story began in a real place with a real little orphan elephant. Paseka was the seed that began the story. She was fortunate and found a new family—but many elephants are not so lucky. They are killed by poachers. Poachers are hunters who break the law by killing elephants and stealing their tusks to sell for lots of money to people who live outside of Africa. The area Paseka lives in now is protected from poachers. Interweaving collected wildlife information and imagination enriched and inspired her story.

Cataloguing in publication information is available from Library and Archives Canada.
ISBN 978-1-989025-42-0 (hardcover)

Produced by Page Two
www.pagetwo.com

Cover and interior design by Michelle Clement
Illustrations by Kent Laforme
Printed and bound in Canada by Friesens
Distributed in Canada by Raincoast Books
Distributed in the US and internationally by Publishers Group West

19 20 21 22 23   5 4 3 2 1